எண்களின் கதை

THE NUMBER STORY

SMALL BOOK ONE

ENGLISH - TAMIL

Numbers Teach Children
Their Number Names

written and illustrated by

MISS ANNA

Early Reader Edition of *The Number Story 1*
Bronze Medal Winner, 2016 Wishing Shelf Book Award

Cover by Jieeun Woo| Lumpy Publishing
Layout by Jieeun Woo| Lumpy Publishing
Translated by Geethashree
Coloring by Jieeun Woo and Maria Mirabella

Library of Congress Control Number: 2018902040

Names: Miss Anna, author.
Title: Number story : numbers teach children their number names / Miss Anna.
Description: Portland, OR: Lumpy Publishing, 2018.
Identifiers: ISBN 978-1-945977-44-2| LCCN 2018902040
Summary: The pictures and rhymes present stories which introduce numbers 0-10.
Subjects: LCSH Numeration—English--Tamil--Pictorial works--Juvenile literature. | BISAC JUVENILE NONFICTION /
Languages: English--Tamil
Classification: LCC QA141.3 .M57 2018 | DDC 513—dc23

Publisher: Lumpy Publishing
Website: www.missannabooks.com
Email: missanna@missannabooks.com
Facebook: Miss Anna Lumpy

Paperback: ISBN 978-1-945977-44-2
Printed in the U.S.A.   1 3 5 7 9 10 8 6 4 2

எங்கள் எண்களின் பெயரை
கற்றுக்கொள்ள விரும்புகிறீர்களா?

It is very easy and a lot of fun!

அது மிகவும் எளிதானது மற்றும் வேடிக்கையானது!

Say-along our little jingle

எங்களுடன் பாடுங்கள்.

starting from Number One!

நாம் எண் ஒன்றிலிருந்து தொடங்கலாம்!

1

 looks like my one finger.

க ☆ ஒன்று

என் ஒரு விரல் போல் தெரிகிறது.

ONE!
ஒன்று!

2

TWO   trails a tail.

உ ☆ இரண்டு
ஒரு வாலை கொண்டுள்ளது.

A TAIL! ஒரு வால்!

3

ந மூன்று

வளைவுகள் கொண்டிருக்கிறது.

BUMPY! வளைவுகள்!

4

FOUR carries a sail.

௪ நான்கு

இது ஒரு படகு.

ஒரு படகு!

5

FIVE is a racing track.

௫ ⋆ ஐந்து

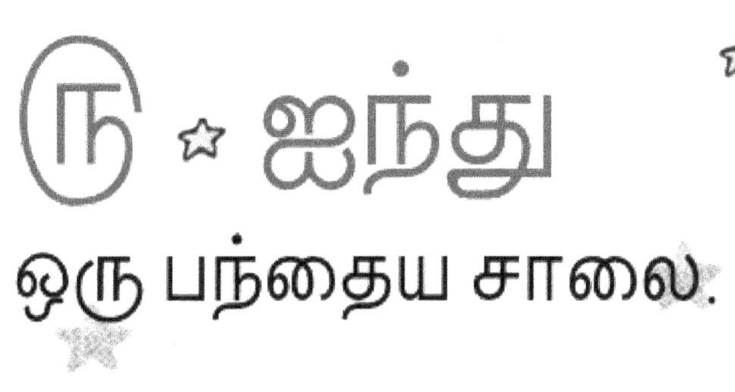

இது ஒரு பந்தைய சாலை.

VROOM
வரும்!

6

SIX curves like a snail.

கூ ☆ ஆறு

ஒரு நத்தையை

போல் வளைகிறது.

A SNAIL! ஒரு நத்தை!

7

கவனமாக இருங்கள்!
இது கூர்மையாக இருக்கிறது!

8

EIGHT is rollercoaster rails.

அ ⋆ எட்டு

இது ஒரு ரோலர்கோஸ்டர்.

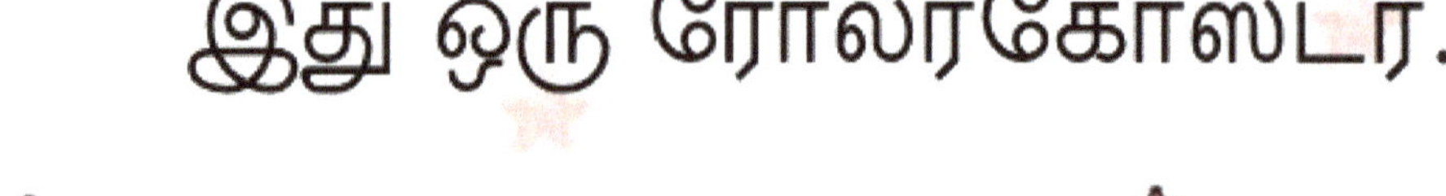

இப்பூ!
YIPPEE!

NINE is a bubble on a stick.

கூ ☆ ஒன்பது

இது ஒரு குச்சியில் ஒரு குமிழி.

A BUBBLE! ஒரு குமிழி!

10

TEN is an eye of a whale.

என்பது ஒரு கண்.

HELLO!
ஹலோ!

And
மற்றும்
0
ZERO   is an empty pail.
○ பூஜ்யம்
இது ஒரு காலியான பக்கெட்.

IT'S
EMPTY!
அது
காலியானது!

Thank you for playing with us today.

We had a lot of fun too!

இன்று எங்களுடன் விளையாடியதற்கு நன்றி.
நாங்களும் மிகவும் மகிழ்ச்சியாய் இருந்தோம்!

We are your Number friends,
Zero to Ten,
Who will be here for you~

நாங்கள்தான் உங்கள் எண் நண்பர்கள்,
பூஜ்யம் முதல் பத்து வரை!
நாங்கள் உங்களுக்காக
இங்கே இருக்கிறோம்.

Bye-bye now!
See you again soon!

இப்போது சென்று வாருங்கள்!
விரைவில் உங்களை
மீண்டும் காண்கிறோம்!

The Numbers are *SINGING* too!

To sing-a-long, look for Miss Anna Number Story
at your favorite music store like iTUNES.

MP3

Numbers 0-10
IDENTIFYING
& COUNTING

Numbers 11-20
& Ordinals
first, second, third...

Numbers 0-100
& Place Values
ones, tens, hundreds...

About Clocks
& Telling Time
hours, minutes, seconds...

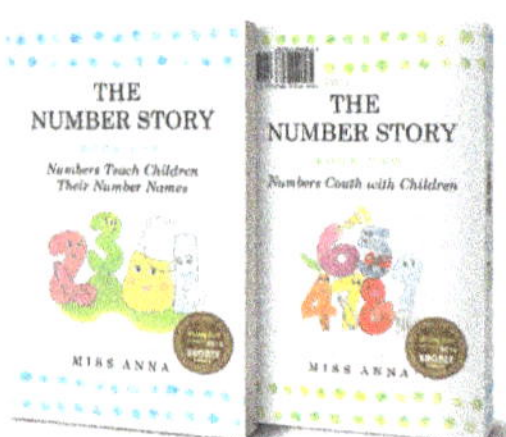

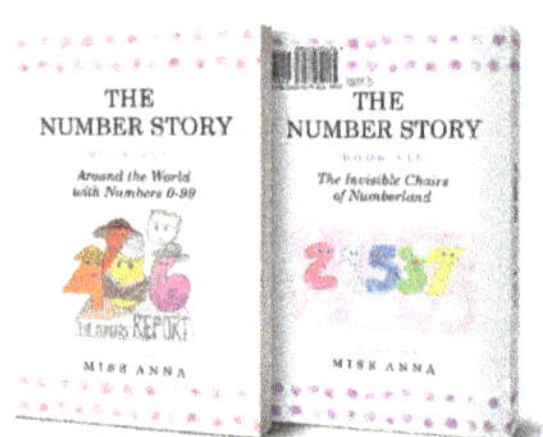

Number Story 1 & 2

isbn: 978-0-996216-48-7

Number Story 3 & 4

isbn: 978-1-945977-01-5

Number Story 5 & 6

isbn: 978-1-945977-06-0

Number Story 7 & 8

isbn: 978-1-949320-40-4

For more Miss Anna books to love,
visit us at

www.missannabooks.com

Numbers are working hard all over the world!
Come Travel the World with Us!

www.ingramcontent.com/pod-product-compliance
Lightning Source LLC
Chambersburg PA
CBHW040901070726
47599CB00035B/2266